This Book Belongs to

Published by Ars Edition
for the Goebel Collectors' Club

Printed in West Germany

My
M.J.Hummel
Collection

Some Goebel trademark designations to help the collector know when each collectible was produced:

❶ = Crown — 1935–1949

❷ = Full Bee — 1949–1959

❸ = Stylized — 1960–1963

❹ = © by W. Goebel W. Germany — Three Line — 1964–1972

❺ = Goebel — Goebel Bee — 1972–1979

❻ = Goebel® — current

This unique registry has been
created for you to record those
special gifts and purchases of your
"M. I. Hummel" collectibles.
Filled with photos of some of your
favorite figurines, it will give
you an attractive and lasting record
of your own colletion's history.
The Goebel Collectors' Club
hopes this renewal gift will bring
you much enjoyment and
pleasure.

Easter Time HUM 384

Figurine ______
Hum No. ______ Size ______
Price ______ TMK ______
Notes ______

Figurine ______
Hum No. ______ Size ______
Price ______ TMK ______
Notes ______

Figurine ______
Hum No. ______ Size ______
Price ______ TMK ______
Notes ______

Figurine ______________________________

Hum No. ______________ Size __________

Price ________________ TMK ___________

Notes ________________________________

Figurine ______________________________

Hum No. ______________ Size __________

Price ________________ TMK ___________

Notes ________________________________

Figurine ______________________________

Hum No. ______________ Size __________

Price ________________ TMK ___________

Notes ________________________________

Figurine

Hum No. Size

Price TMK

Notes

Figurine

Hum No. Size

Price TMK

Notes

Figurine

Hum No. Size

Price TMK

Notes

Figurine ______________________________

Hum No. ______________ Size __________

Price ________________ TMK __________

Notes ________________________________

____

____

____

Figurine ______________________________

Hum No. ______________ Size __________

Price ________________ TMK __________

Notes ________________________________

____

____

____

Figurine ______________________________

Hum No. ______________ Size __________

Price ________________ TMK __________

Notes ________________________________

____

____

____

The Artist HUM 304

Figurine
Hum No. Size
Price TMK
Notes

Figurine
Hum No. Size
Price TMK
Notes

Figurine
Hum No. Size
Price TMK
Notes

Figurine ______________________________

Hum No. ______________ Size __________

Price ________________ TMK __________

Notes ________________________________

Figurine ______________________________

Hum No. ______________ Size __________

Price ________________ TMK __________

Notes ________________________________

Figurine ______________________________

Hum No. ______________ Size __________

Price ________________ TMK __________

Notes ________________________________

Figurine ____________________

Hum No. ____________ Size ________

Price ____________ TMK ________

Notes ____________________

Figurine ____________________

Hum No. ____________ Size ________

Price ____________ TMK ________

Notes ____________________

Figurine ____________________

Hum No. ____________ Size ________

Price ____________ TMK ________

Notes ____________________

Happy Birthday HUM 176

Figurine ______________________________

Hum No. ________________ Size __________

Price ________________ TMK __________

Notes ______________________________

Figurine ______________________________

Hum No. ________________ Size __________

Price ________________ TMK __________

Notes ______________________________

Figurine ______________________________

Hum No. ________________ Size __________

Price ________________ TMK __________

Notes ______________________________

Figurine ____________________

Hum No. ____________ Size ____________

Price ____________ TMK ____________

Notes ____________________

Figurine ____________________

Hum No. ____________ Size ____________

Price ____________ TMK ____________

Notes ____________________

Figurine ____________________

Hum No. ____________ Size ____________

Price ____________ TMK ____________

Notes ____________________

Figurine ______________________________

Hum No. ______________ Size __________

Price ________________ TMK __________

Notes ________________________________

Figurine ______________________________

Hum No. ______________ Size __________

Price ________________ TMK __________

Notes ________________________________

Figurine ______________________________

Hum No. ______________ Size __________

Price ________________ TMK __________

Notes ________________________________

Little Tailor HUM 308

Figurine ______________________________

Hum No. ______________ Size ______________

Price ______________ TMK ______________

Notes ______________________________

____

____

____

Figurine ______________________________

Hum No. ______________ Size ______________

Price ______________ TMK ______________

Notes ______________________________

____

____

____

Figurine ______________________________

Hum No. ______________ Size ______________

Price ______________ TMK ______________

Notes ______________________________

____

____

____

Figurine
Hum No. Size
Price TMK
Notes

Figurine
Hum No. Size
Price TMK
Notes

Figurine
Hum No. Size
Price TMK
Notes

Figurine
Hum No. Size
Price TMK
Notes

Figurine
Hum No. Size
Price TMK
Notes

Figurine
Hum No. Size
Price TMK
Notes

Bookworm HUM 3

Figurine ______________________________

Hum No. ______________ Size ______________

Price ______________ TMK ______________

Notes ______________________________

____

____

____

Figurine ______________________________

Hum No. ______________ Size ______________

Price ______________ TMK ______________

Notes ______________________________

____

____

____

Figurine ______________________________

Hum No. ______________ Size ______________

Price ______________ TMK ______________

Notes ______________________________

____

____

____

Figurine
Hum No. Size
Price TMK
Notes

Figurine
Hum No. Size
Price TMK
Notes

Figurine
Hum No. Size
Price TMK
Notes

Figurine ______________________________

Hum No. ____________________ Size ____________

Price ______________________ TMK ____________

Notes ______________________________

____

____

____

Figurine ______________________________

Hum No. ____________________ Size ____________

Price ______________________ TMK ____________

Notes ______________________________

____

____

____

Figurine ______________________________

Hum No. ____________________ Size ____________

Price ______________________ TMK ____________

Notes ______________________________

____

____

____

Little Gardener HUM 74

Figurine ____________________

Hum No. ____________ Size ________

Price ____________ TMK ________

Notes ____________________

Figurine ____________________

Hum No. ____________ Size ________

Price ____________ TMK ________

Notes ____________________

Figurine ____________________

Hum No. ____________ Size ________

Price ____________ TMK ________

Notes ____________________

Figurine ______________________________

Hum No. ______________ Size ______________

Price ______________ TMK ______________

Notes ______________________________

____

____

____

Figurine ______________________________

Hum No. ______________ Size ______________

Price ______________ TMK ______________

Notes ______________________________

____

____

____

Figurine ______________________________

Hum No. ______________ Size ______________

Price ______________ TMK ______________

Notes ______________________________

____

____

____

Figurine ______________________________
Hum No. ______________ Size __________
Price ________________ TMK ___________
Notes ________________________________

Figurine ______________________________
Hum No. ______________ Size __________
Price ________________ TMK ___________
Notes ________________________________

Figurine ______________________________
Hum No. ______________ Size __________
Price ________________ TMK ___________
Notes ________________________________

Going to Grandma's HUM 52

Figurine ______________________________

Hum No. ____________________ Size ______________

Price ______________________ TMK ______________

Notes ______________________________

____

____

____

Figurine ______________________________

Hum No. ____________________ Size ______________

Price ______________________ TMK ______________

Notes ______________________________

____

____

____

Figurine ______________________________

Hum No. ____________________ Size ______________

Price ______________________ TMK ______________

Notes ______________________________

____

____

____

Figurine ______________________________

Hum No. ______________ Size ______________

Price ______________ TMK ______________

Notes ______________________________

Figurine ______________________________

Hum No. ______________ Size ______________

Price ______________ TMK ______________

Notes ______________________________

Figurine ______________________________

Hum No. ______________ Size ______________

Price ______________ TMK ______________

Notes ______________________________

Figurine ______________________________
Hum No. ____________________ Size ____________
Price ______________________ TMK ____________
Notes ________________________________
____
____
____

Figurine ______________________________
Hum No. ____________________ Size ____________
Price ______________________ TMK ____________
Notes ________________________________
____
____
____

Figurine ______________________________
Hum No. ____________________ Size ____________
Price ______________________ TMK ____________
Notes ________________________________
____
____
____

March Winds HUM 43

Figurine ______________________________

Hum No. ______________ Size ______________

Price ______________ TMK ______________

Notes ______________________________

Figurine ______________________________

Hum No. ______________ Size ______________

Price ______________ TMK ______________

Notes ______________________________

Figurine ______________________________

Hum No. ______________ Size ______________

Price ______________ TMK ______________

Notes ______________________________

Figurine ______________________________

Hum No. ______________ Size ______________

Price ______________ TMK ______________

Notes ______________________________

____

____

____

Figurine ______________________________

Hum No. ______________ Size ______________

Price ______________ TMK ______________

Notes ______________________________

____

____

____

Figurine ______________________________

Hum No. ______________ Size ______________

Price ______________ TMK ______________

Notes ______________________________

____

____

____

Figurine
Hum No. Size
Price TMK
Notes

Figurine
Hum No. Size
Price TMK
Notes

Figurine
Hum No. Size
Price TMK
Notes

Homeward Bound HUM 334

Figurine ______________________________

Hum No. ______________ Size ______________

Price ______________ TMK ______________

Notes ______________________________

Figurine ______________________________

Hum No. ______________ Size ______________

Price ______________ TMK ______________

Notes ______________________________

Figurine ______________________________

Hum No. ______________ Size ______________

Price ______________ TMK ______________

Notes ______________________________

Figurine ______________________________

Hum No. ______________ Size ______________

Price ______________ TMK ______________

Notes ______________________________

____

____

____

Figurine ______________________________

Hum No. ______________ Size ______________

Price ______________ TMK ______________

Notes ______________________________

____

____

____

Figurine ______________________________

Hum No. ______________ Size ______________

Price ______________ TMK ______________

Notes ______________________________

____

____

____

Wayside Devotion HUM 28

Figurine ______

Hum No. ______ Size ______

Price ______ TMK ______

Notes ______

______

______

______

Figurine ______

Hum No. ______ Size ______

Price ______ TMK ______

Notes ______

______

______

______

Figurine ______

Hum No. ______ Size ______

Price ______ TMK ______

Notes ______

______

______

______

Figurine ____________________

Hum No. ____________________ Size ____________

Price ____________________ TMK ____________

Notes ____________________

Figurine ____________________

Hum No. ____________________ Size ____________

Price ____________________ TMK ____________

Notes ____________________

Figurine ____________________

Hum No. ____________________ Size ____________

Price ____________________ TMK ____________

Notes ____________________

Figurine ______________________________
Hum No. ______________ Size ______________
Price ______________ TMK ______________
Notes ______________________________

Figurine ______________________________
Hum No. ______________ Size ______________
Price ______________ TMK ______________
Notes ______________________________

Figurine ______________________________
Hum No. ______________ Size ______________
Price ______________ TMK ______________
Notes ______________________________

A Fair Measure HUM 345

Figurine ______________________________

Hum No. ______________ Size ______________

Price ______________ TMK ______________

Notes ______________________________

Figurine ______________________________

Hum No. ______________ Size ______________

Price ______________ TMK ______________

Notes ______________________________

Figurine ______________________________

Hum No. ______________ Size ______________

Price ______________ TMK ______________

Notes ______________________________

Figurine
Hum No. Size
Price TMK
Notes

Figurine
Hum No. Size
Price TMK
Notes

Figurine
Hum No. Size
Price TMK
Notes

Figurine ____
Hum No. ______________________ Size ______________
Price _________________________ TMK ______________
Notes ____
____
____
____

Figurine ____
Hum No. ______________________ Size ______________
Price _________________________ TMK ______________
Notes ____
____
____
____

Figurine ____
Hum No. ______________________ Size ______________
Price _________________________ TMK ______________
Notes ____
____
____
____

Figurine ____________________

Hum No. ____________ Size ____________

Price ____________ TMK ____________

Notes ____________________

Figurine ____________________

Hum No. ____________ Size ____________

Price ____________ TMK ____________

Notes ____________________

Figurine ____________________

Hum No. ____________ Size ____________

Price ____________ TMK ____________

Notes ____________________

Little Bookkeeper HUM 306

Figurine ______________________

Hum No. ______________ Size ______________

Price ______________ TMK ______________

Notes ______________________

Figurine ______________________

Hum No. ______________ Size ______________

Price ______________ TMK ______________

Notes ______________________

Figurine ______________________

Hum No. ______________ Size ______________

Price ______________ TMK ______________

Notes ______________________

Figurine ______________________

Hum No. ______________ Size __________

Price ______________ TMK __________

Notes ______________________

Figurine ______________________

Hum No. ______________ Size __________

Price ______________ TMK __________

Notes ______________________

Figurine ______________________

Hum No. ______________ Size __________

Price ______________ TMK __________

Notes ______________________

Figurine ______________________________
Hum No. ______________ Size ______________
Price ______________ TMK ______________
Notes ______________________________

Figurine ______________________________
Hum No. ______________ Size ______________
Price ______________ TMK ______________
Notes ______________________________

Figurine ______________________________
Hum No. ______________ Size ______________
Price ______________ TMK ______________
Notes ______________________________

Just Resting HUM 112

Figurine ____________________

Hum No. ____________ Size ____________

Price ____________ TMK ____________

Notes ____________________

____

____

____

Figurine ____________________

Hum No. ____________ Size ____________

Price ____________ TMK ____________

Notes ____________________

____

____

____

Figurine ____________________

Hum No. ____________ Size ____________

Price ____________ TMK ____________

Notes ____________________

____

____

____

Figurine ______________________________

Hum No. ______________ Size ______________

Price ______________ TMK ______________

Notes ______________________________

Figurine ______________________________

Hum No. ______________ Size ______________

Price ______________ TMK ______________

Notes ______________________________

Figurine ______________________________

Hum No. ______________ Size ______________

Price ______________ TMK ______________

Notes ______________________________

Figurine

Hum No. Size

Price TMK

Notes

Figurine

Hum No. Size

Price TMK

Notes

Figurine

Hum No. Size

Price TMK

Notes

The Photographer HUM 178

Figurine

Hum No. Size

Price TMK

Notes

Figurine

Hum No. Size

Price TMK

Notes

Figurine

Hum No. Size

Price TMK

Notes

Figurine ____________________
Hum No. ____________ Size ____________
Price ____________ TMK ____________
Notes ____________________

Figurine ____________________
Hum No. ____________ Size ____________
Price ____________ TMK ____________
Notes ____________________

Figurine ____________________
Hum No. ____________ Size ____________
Price ____________ TMK ____________
Notes ____________________

Figurine ______________________________
Hum No. ________________ Size ____________
Price __________________ TMK ____________
Notes _________________________________
____
____
____

Figurine ______________________________
Hum No. ________________ Size ____________
Price __________________ TMK ____________
Notes _________________________________
____
____
____

Figurine ______________________________
Hum No. ________________ Size ____________
Price __________________ TMK ____________
Notes _________________________________
____
____
____

Wayside Harmony HUM 111

Figurine ____________________
Hum No. ____________ Size ____________
Price ____________ TMK ____________
Notes ____________________

Figurine ____________________
Hum No. ____________ Size ____________
Price ____________ TMK ____________
Notes ____________________

Figurine ____________________
Hum No. ____________ Size ____________
Price ____________ TMK ____________
Notes ____________________

Figurine ______________________________
Hum No. __________________ Size __________
Price _____________________ TMK __________
Notes _______________________________
____
____
____

Figurine ______________________________
Hum No. __________________ Size __________
Price _____________________ TMK __________
Notes _______________________________
____
____
____

Figurine ______________________________
Hum No. __________________ Size __________
Price _____________________ TMK __________
Notes _______________________________
____
____
____

She Loves Me, She Loves Me Not HUM 174

Figurine ______________________________

Hum No. ______________ Size ______________

Price ______________ TMK ______________

Notes ______________________________

____

____

____

Figurine ______________________________

Hum No. ______________ Size ______________

Price ______________ TMK ______________

Notes ______________________________

____

____

____

Figurine ______________________________

Hum No. ______________ Size ______________

Price ______________ TMK ______________

Notes ______________________________

____

____

____

Figurine

Hum No. Size

Price TMK

Notes

Figurine

Hum No. Size

Price TMK

Notes

Figurine

Hum No. Size

Price TMK

Notes

Figurine ______________________________

Hum No. ______________ Size ____________

Price ________________ TMK ____________

Notes _________________________________

____

____

____

Figurine ______________________________

Hum No. ______________ Size ____________

Price ________________ TMK ____________

Notes _________________________________

____

____

____

Figurine ______________________________

Hum No. ______________ Size ____________

Price ________________ TMK ____________

Notes _________________________________

____

____

____

Village Boy HUM 51

Figurine ____________________

Hum No. ____________ Size ____________

Price ____________ TMK ____________

Notes ____________________

Figurine ____________________

Hum No. ____________ Size ____________

Price ____________ TMK ____________

Notes ____________________

Figurine ____________________

Hum No. ____________ Size ____________

Price ____________ TMK ____________

Notes ____________________

Figurine
Hum No. Size
Price TMK
Notes

Figurine
Hum No. Size
Price TMK
Notes

Figurine
Hum No. Size
Price TMK
Notes

Figurine ______________________________
Hum No. ________________ Size ____________
Price __________________ TMK ____________
Notes ________________________________
____
____
____

Figurine ______________________________
Hum No. ________________ Size ____________
Price __________________ TMK ____________
Notes ________________________________
____
____
____

Figurine ______________________________
Hum No. ________________ Size ____________
Price __________________ TMK ____________
Notes ________________________________
____
____
____

Figurine ____________________
Hum No. ____________ Size ____________
Price ____________ TMK ____________
Notes ____________________

Figurine ____________________
Hum No. ____________ Size ____________
Price ____________ TMK ____________
Notes ____________________

Figurine ____________________
Hum No. ____________ Size ____________
Price ____________ TMK ____________
Notes ____________________

Friends HUM 136

Figurine

Hum No. Size

Price TMK

Notes

Figurine

Hum No. Size

Price TMK

Notes

Figurine

Hum No. Size

Price TMK

Notes

Figurine ______________________________

Hum No. ______________ Size ______________

Price ______________ TMK ______________

Notes ______________________________

____

____

____

Figurine ______________________________

Hum No. ______________ Size ______________

Price ______________ TMK ______________

Notes ______________________________

____

____

____

Figurine ______________________________

Hum No. ______________ Size ______________

Price ______________ TMK ______________

Notes ______________________________

____

____

____

Blessed Event HUM 333

Figurine ______________________________
Hum No. ______________ Size __________
Price ________________ TMK __________
Notes ________________________________

Figurine ______________________________
Hum No. ______________ Size __________
Price ________________ TMK __________
Notes ________________________________

Figurine ______________________________
Hum No. ______________ Size __________
Price ________________ TMK __________
Notes ________________________________

Figurine ____________________

Hum No. ____________ Size ________

Price ____________ TMK ________

Notes ____________________

Figurine ____________________

Hum No. ____________ Size ________

Price ____________ TMK ________

Notes ____________________

Figurine ____________________

Hum No. ____________ Size ________

Price ____________ TMK ________

Notes ____________________

Figurine ______________________________
Hum No. ______________ Size __________
Price ________________ TMK __________
Notes ________________________________

Figurine ______________________________
Hum No. ______________ Size __________
Price ________________ TMK __________
Notes ________________________________

Figurine ______________________________
Hum No. ______________ Size __________
Price ________________ TMK __________
Notes ________________________________

Figurine

Hum No. Size

Price TMK

Notes

Figurine

Hum No. Size

Price TMK

Notes

Figurine

Hum No. Size

Price TMK

Notes

We Congratulate HUM 220

Figurine ____________________

Hum No. ____________ Size ____________

Price ____________ TMK ____________

Notes ____________________

Figurine ____________________

Hum No. ____________ Size ____________

Price ____________ TMK ____________

Notes ____________________

Figurine ____________________

Hum No. ____________ Size ____________

Price ____________ TMK ____________

Notes ____________________

Figurine

Hum No. Size

Price TMK

Notes

Figurine

Hum No. Size

Price TMK

Notes

Figurine

Hum No. Size

Price TMK

Notes

Favorite Pet HUM 361

Figurine ____________________
Hum No. ____________ Size ____________
Price ____________ TMK ____________
Notes ____________________

Figurine ____________________
Hum No. ____________ Size ____________
Price ____________ TMK ____________
Notes ____________________

Figurine ____________________
Hum No. ____________ Size ____________
Price ____________ TMK ____________
Notes ____________________

Figurine ______________________
Hum No. ______________ Size ______________
Price ______________ TMK ______________
Notes ______________________

Figurine ______________________
Hum No. ______________ Size ______________
Price ______________ TMK ______________
Notes ______________________

Figurine ______________________
Hum No. ______________ Size ______________
Price ______________ TMK ______________
Notes ______________________

Figurine
Hum No. Size
Price TMK
Notes

Figurine
Hum No. Size
Price TMK
Notes

Figurine
Hum No. Size
Price TMK
Notes